Hải Ly Con và Tiếng Vang

Tác giả: Amy MacDonald

Minh họa: Sarah Fox-Davies

This edition published in 1996 by
Magi Publications
22 Manchester Street, London W1M 5PG

Text © Amy MacDonald, 1990
Illustrations © Sarah Fox-Davies, 1990
Copyright © Vietnamese translation,
Magi Publications, 1996

First published in Great Britain in 1990 by
Walker Books Ltd, London

Printed and bound in Italy

ISBN 1 85430 511 5

Little Beaver
and
The Echo

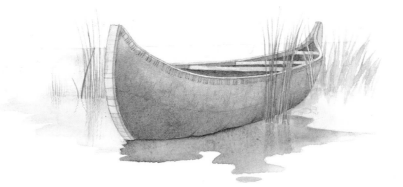

Written by Amy MacDonald
Illustrated by Sarah Fox-Davies

Translated by My Tang

Hải Ly Con sống một mình bên một cái ao to.
Chú không có anh em trai nào. Chú không có chị em gái nào.
Tệ hởn cả là chú không có một ngưởi bạn nào.
Một hôm, đang ngồi bên bờ ao, chú bắt đầu khóc.
Chú khóc to. Rồi chú khóc to nữa.

Little Beaver lived all alone by the edge of a big pond.
He didn't have any brothers. He didn't have any sisters.
Worst of all, he didn't have any friends.
One day, sitting by the side of the pond, he began to cry.
He cried out loud. Then he cried out louder.

Đột nhiên chú nghe thấy tiếng gì rất lạ. Ở bên kia
bờ ao, một người nào đó cũng đang khóc.
Hải Ly Con ngừng khóc và lắng nghe.
Tiếng khóc kia cũng ngừng.
Hải Ly Con lại chỉ có một mình.
"Hu hu," chú kêu.
"Hu hu," tiếng bên kia ao kêu.
"Hu-hu-ha!" Hải Ly Con kêu.
"Hu-hu-ha!" tiếng bên kia ao kêu.

Suddenly he heard something very strange. On the
other side of the pond, someone else was crying too.
Little Beaver stopped crying and listened.
The other crying stopped.
Little Beaver was alone again.
"Booo hooo," he said.
"Booo hooo," said the voice from across the pond.
"Huh-huh-waaah!" said Little Beaver.
"Huh-huh-waaah!" said the voice from across the pond.

Hải Ly Con ngừng khóc. "A lô!" chú gọi.
"A lô!" tiếng bên kia ao gọi.
"Tại sao bạn khóc?" Hải Ly Con hỏi.
"Tại sao bạn khóc?" tiếng bên kia ao hỏi.
Hải Ly Con nghĩ một chút. "Tớ cảm thấy cô đơn," chú đáp.
"Tớ cần có một người bạn."
"Tớ cảm thấy cô đơn," tiếng bên kia ao đáp. "Tớ cần có một người bạn."

Little Beaver stopped crying. "Hello!" he called.
"Hello!" said the voice from across the pond.
"Why are you crying?" asked Little Beaver.
"Why are you crying?" asked the voice from across the pond.
Little Beaver thought for a moment. "I'm lonely," he said. "I need a friend."
"I'm lonely," said the voice from across the pond. "I need a friend."

Hải Ly Con không thể tin được. Có một người sống bên kia ao, người đó cũng buồn và cần có một người bạn. Chú xuống thuyền ngay và chèo đi tìm người đó.

Little Beaver couldn't believe it. On the other side of the pond lived somebody else who was sad and needed a friend.
He got right into his boat and set off to find him.

Đó là một cái ao to. Chú chèo và chèo mãi. Rồi chú thấy một con vịt non đang bởi xoay tròn một mình.

"Tớ đang tìm một người nào đó cần có một người bạn," Hải Ly Con nói. "Có phải *bạn* là người khóc đó không?"

"Tớ có cần một người bạn," chú vịt đáp. "Nhưng người khóc đó không phải là tớ."

"Tớ sẽ là bạn cậu," Hải Ly Con nói. "Hãy đi cùng với tớ."

Vì thế chú vịt nhảy xuống thuyền.

It was a big pond. He paddled and paddled. Then he saw a young duck, swimming in circles all by himself.

"I'm looking for someone who needs a friend," said Little Beaver. "Was it *you* who was crying?"

"I do need a friend," said the duck. "But it wasn't me who was crying."

"I'll be your friend," said Little Beaver. "Come with me."

So the duck jumped into the boat.

Chúng chèo và chèo mãi. Rồi chúng nhìn thấy một con rái cá con đang trườn lên trườn xuống bờ sông một mình.

"Bọn tớ đang tìm một người nào đó cần có một người bạn," Hải Ly Con nói. "Có phải *bạn* là người khóc đó không?"

"Tớ có cần một người bạn," rái cá đáp. "Nhưng người khóc đó không phải là tớ."

"Bọn tớ sẽ là bạn cậu," Hải Ly Con và chú vịt nói. "Hãy đi cùng với bọn tớ."

Vì thế con rái cá nhảy xuống thuyền.

They paddled and paddled. Then they saw a young otter, sliding up and down the bank all by himself.

"We're looking for someone who needs a friend," said Little Beaver. "Was it *you* who was crying?"

"I do need a friend," said the otter. "But it wasn't me who was crying."

"We'll be your friends," said Little Beaver and the duck. "Come with us."

So the otter jumped into the boat.

Chúng chèo và chèo mãi. Rồi chúng thấy một con rùa con đang phơi nắng một mình trên tảng đá.

"Bọn tớ đang tìm một người nào đó cần có một người bạn," Hải Ly Con nói. "Có phải *bạn* là người khóc đó không?"

"Tớ có cần một người bạn," rùa đáp. "Nhưng người khóc đó không phải là tớ."

"Bọn tớ sẽ là bạn cậu," Hải Ly Con, chú vịt và rái cá đáp. "Hãy đi cùng với bọn tớ."

They paddled and paddled. Then they saw a young turtle, sunning himself all alone on a rock.

"We're looking for someone who needs a friend," said Little Beaver. "Was it *you* who was crying?"

"I do need a friend," said the turtle. "But it wasn't me who was crying."

"We'll be your friends," said Little Beaver and the duck and the otter. "Come with us."

Vì thế con rùa nhảy xuống thuyền và chúng chèo và chèo mãi cho tới khi chúng đến tận cuối ao. Ở đó có một con hải ly già khôn ngoan sống một mình trong một căn nhà làm bằng bùn. Hải Ly Con kể cho nó nghe là chúng đã chèo thuyền khắp ao để đi tìm xem ai là người khóc đó.
"Đó không phải là chú vịt," chú nói. "Đó không phải là chú rái cá. Và đó không phải là chú rùa. Vậy đó là ai?"

So the turtle jumped into the boat, and they paddled and paddled until they came to the end of the pond. Here lived a wise old beaver, in a mud house, all alone. Little Beaver told him how they had paddled all around the pond, to find out who was crying.
"It wasn't the duck," he said. "It wasn't the otter. And it wasn't the turtle. Who was it?"

"Đó là Tiếng Vang," chú hải ly già khôn ngoan đáp.

"Nó sống ở đâu?" Hải Ly Con hỏi.

"Ở bên kia ao," hải ly già khôn ngoan đáp. "Dù cháu ở đâu đi nữa, Tiếng Vang bao giờ cũng ở cách cháu bên kia ao."

"Tại sao nó lại khóc?" Hải Ly Con hỏi.

"Khi cháu buồn, Tiếng Vang cũng buồn," hải ly già khôn ngoan đáp. "Khi cháu vui, Tiếng Vang cũng vui."

"It was the Echo," said the wise old beaver.

"Where does he live?" asked Little Beaver.

"On the other side of the pond," said the wise old beaver. "No matter where you are, the Echo is always across the pond from you."

"Why is he crying?" said Little Beaver.

"When you are sad, the Echo is sad," said the wise old beaver. "When you are happy, the Echo is happy too."

"Nhưng làm sao cháu có thể tìm nó và làm bạn với nó?" Hải Ly Con hỏi. "Nó không có bạn nào mà cháu cũng vậy"

"But how can I find him and be his friend?" asked Little Beaver. "He doesn't have any friends, and neither do I."

"Ngoài tổ ra," chú vịt nói.
"Và tổ nữa," con rái cá nói.
"Và tổ nữa," con rùa nói.

"Except for me," said the duck.
"And me," said the otter.
"And me," said the turtle.

Hải Ly Con ngạc nhiên. "Ồ," chú nói, "Bây giờ tổ có
rất nhiều bạn!"
Và chú vui đến mức chú nhắc lại lần nữa, thật to:
"Bây giờ tổ có rất nhiều bạn!"
Từ bên kia ao có tiếng trả lời chú:
"Bây giờ tổ có rất nhiều bạn!"

Little Beaver looked surprised.
"Yes," he said, "I have lots of
friends now!" And he was so happy
that he said it again,
very loudly:
"I have lots of friends now!"
From across the pond,
a voice answered him:
"I have lots of friends now!"

"Thấy chưa?" hải ly già khôn ngoan nói. "Khi cháu vui, Tiếng Vang cũng vui. Khi cháu có nhiều bạn bè, nó cũng có nhiều bạn bè."

"Hoan hô!" Hải Ly Con kêu và cả chú vịt, rái cá và rùa cùng đồng thanh.

Và Tiếng Vang kêu vọng lại: "Hoan hô!"

"You see?" said the wise old beaver. "When you're happy, the Echo is happy. When you have friends, he has friends too."

"Hooray!" shouted Little Beaver and the duck and the otter and the turtle, all together.

And the Echo shouted back to them: "Hooray!"

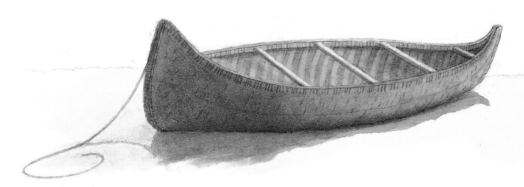